MAAVILAI

சேரிகள் தவிர்க்க முடியாதவையா?

SERIGAL THAVIRKKA MUDIYAADHAVAIYAA?

Author: Laurie Baker
Translation: Arivukkarasi Manivannan
Proofreading: S. Manivannan
Book design, cover design & curation: Kaushik Shrinivas

Published by **MAAVILAI**™

9/24, Vegavathi Street, Rajaji Nagar, Villivakkam, Chennai - 600049
+91-9150858008 I anjal@maavilai.com I www.maavilai.com

Translation and cover design © 2022 MAAVILAI
Original English version published by COSTFORD, Thrissur, Kerala.

First edition • Published on March 2022

ISBN: 978-81-955431-5-1
Price: INR 90.00/-

Printed by **Balaji Offset Printers**, Chennai - 600106 I +91-9444242899

அன்புக்குரிய மாவிலைக் குழுவிற்கு,

லாரி பேக்கரும் அவரின் கட்டடக்கலையும் கடைக்கோடி குடிமக்களை சென்று அடைந்து, இந்தியாவில் கட்டடக்கலை எனும் துறைக்கு வேறொரு முகம் கொடுத்தன. வளங்குன்றா கட்டடங்களின் (sustainable building) தேவை, வடிவமைப்பு மற்றும் கட்டுமானம் பற்றி லாரி பேக்கர் தன் கைப்பட எழுதிய, அழகான வரிவடங்கள் கொண்ட நூல்களின் தொகுப்பானது, நம் சமூகத்திற்கு அவர் செய்த பல ஈடு இணையற்ற பங்களிப்புகளில் ஒன்றாகும். மனித குலத்தால் விளைவாகும் காலநிலை மாற்றமும், மோசமான வானிலை நிகழ்வுகளும் உலா வரும் இன்றைய சூழலில், இந்நூல்களில் சொல்லப்பட்டுள்ள சூழல்நலக் கட்டுமான உத்திகளே காலத்தின் தேவையாக உள்ளன.

தமிழகத்திற்கு இத்தகைய மாபெரும் அறிவு களஞ்சிய நூல் தொகுப்பினை, தமிழில் கொண்டு சேர்க்கும் முயற்சியில் ஈடுபட்டுள்ள மாவிலைக் குழுவினருக்கு எங்களது மனமார்ந்த பாராட்டுகள். லாரி பேக்கர் கொள்கைகளின் பின்பற்றாளர்கள் ஆன நாங்கள், தமிழாக்கம் செய்த இந்த நூல்கள் மூலம், அவரின் கட்டுமான அறிவும், அணுகுமுறைகளும் பலருக்கும் எளிதாக சென்றடையும் என நம்புகிறோம். அத்துடன் மக்கள்—அன்பும், ஒற்றுமையும் கலந்த ஒரு புதிய கண்ணோட்டத்துடன் கட்டடங்களைப் பார்க்கத் துவங்குவதற்கும் இந்நூல்கள் விதையாக இருக்கும் என நாங்கள் நம்புகிறோம். மாவிலைக் குழுவிற்கு எங்களது இதயம் கனிந்த நன்றிகளையும் பாராட்டுகளையும் தெரிவித்துக் கொள்கிறோம். வளங்குன்றாமையை நடைமுறை ஆக்கும் உங்களின் எண்ணற்ற புதிய முயற்சிகளை ஆதரிக்க ஆவலாய் காத்து இருக்கிறோம்.

இங்ஙனம் வாழ்த்தும்,

P.B. சாஜன் மற்றும் R.D. பத்மகுமார்
COSTFORD and Laurie Baker Centre for Habitat Studies

நவம்பர், 2021
திருவனந்தபுரம்

ARE SLUMS INEVITABLE ?
Laurie Baker

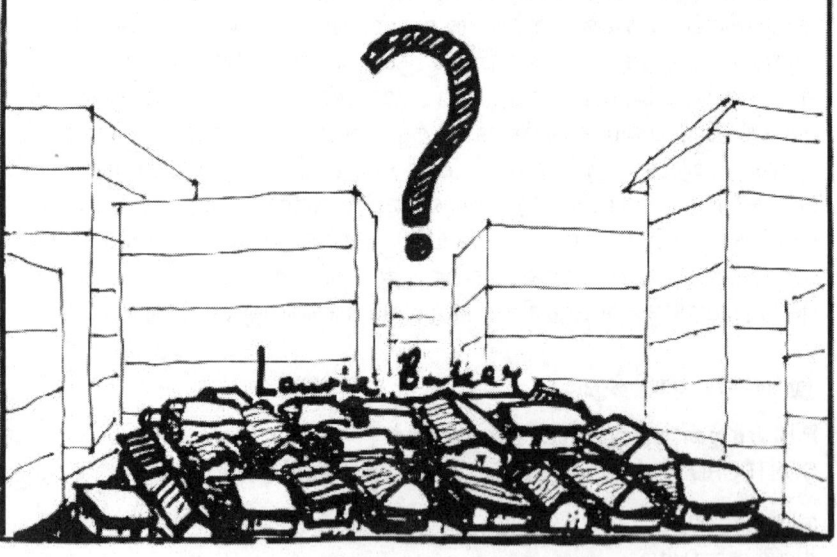

சேரிகள் அதில் வாழ்பவர்களுக்கு அவமானமோ, வெட்கமோ அல்ல!

மாறாக **நம்மைப் போன்ற** நகர்ப்புறத் திட்டமிடுபவர்களுக்கும், கட்டடக் கலைஞர்களுக்கும், கட்டட ஒப்பந்ததாரர்களுக்கும், நமது அரசுத் துறைகளுக்கும், அதிகாரத்தில் உள்ளவர்களுக்கும், தம்மைச் சுற்றி நடப்பவற்றைக் கண்டும் காணாமல் செல்பவர்களுக்கும், அவற்றை சரி செய்வது நம் பணி இல்லை எனப் பொறுப்பினைத் தட்டிக்கழிக்கும் நம்

அனைவருக்குமே அவமானம்!

ஒரு சேரியை

வழிப்போக்கர்களும், நகரத்துக்கு வருகை புரிபவர்களும், பார்க்காத வண்ணம் ஒட்டுப் போட்டு வைப்பதோ அல்லது மிக உயர்ந்த சுவரொட்டிகளுக்குப் பின்னே மறைத்து வைப்பதோ கூடாது.

ஒரு சேரியையும்

அதன் மக்களையும், வேறொரு பயனில்லா இடத்திற்கு தள்ளுவதால், அங்கே மற்றொரு சேரி மட்டுமே உருவாகும்.

ஒரு சேரியை

ஏற்கனவே இருக்கும், அதன் திட்டமிடல் மற்றும் சேவைகளை ஒத்த, சிமிட்டியாலான (cement) ஒரு குடியேற்றமாக மட்டும் மாற்றி விடக் கூடாது.

BS
KILL
KILLITT
WELL

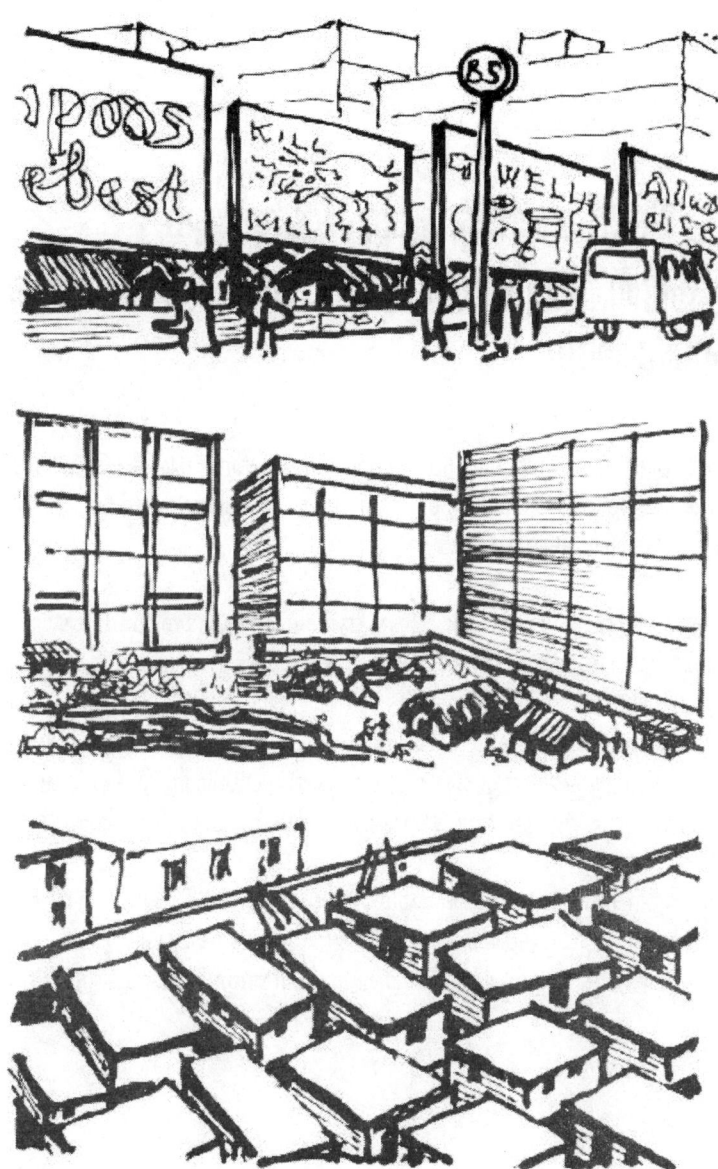

ஒரு சேரி என்பது அது இருக்கும் இடத்தில் தோன்றியதற்கு பல காரணங்கள் இருக்கலாம்.

1. சுகாதாரமற்ற, பயன்படுத்த முடியாத சிறு நிலப்பகுதி, நன்கு முக்கியத்துவம் வாய்ந்த நகரின் மனைகளுக்கு நடுவே சொருகப்பட்டிருக்கலாம்.

2. அது அரசு செயல் திட்டங்களுக்காக ஒதுக்கி வைக்கப்பட்டு, பின்னர் பல காரணங்களால் அதன் பயன்பாட்டை இழந்து இருக்கலாம். அதிகாரிகள் பணி ஓய்வு பெறுவதும், வேறு இடங்களுக்கு புலம் பெயர்வதும் அல்லது இவைபோன்ற திட்டங்களுக்கு ஒதுக்கப்பட்ட நிதி பயன்பாட்டுக்கு வராமல் இருப்பதும், இதற்கான சில காரணங்களாக இருக்கலாம்.

3. பயனற்ற நிலப்பகுதியின் கீழே அல்லது குறுக்கே கழிவுநீர் மற்றும் வடிகால் திட்டத்தின் குழாய்கள் அமைக்கப்படுவதால், அந்த நிலப்பகுதி எவரும் அணுக முடியாத வண்ணம் போய்விடுகின்றது.

வீடற்ற, வேலையற்ற மக்கள்...

பெருநகரங்களுக்கு குடிபெயர்ந்து வாழ்வதற்கென, தேவையில்லாத பொருட்களைப் பயன்படுத்தி சிறு குடில்களையும், குடிசைகளையும் தாங்களே தங்களது பயன்பாட்டிற்காகக் கட்டிக்கொண்டனர். அவர்கள் பெரும்பாலும் தகரத்தாலான தகடுகளையும் (tin sheets), உடைந்த கல்நார் தகடுகளையும் (asbestos sheets), மக்கிப்போன கம்புகள் அல்லது கிளைகளையும், சாக்கு பைகளையும், பெட்டிகளையும் மற்றும் அனைத்து விதமான நெகிழியால் (plastic) ஆன பைகளையும், கொள்கலன்களையும் (container) கொண்டு அவர்களின் தங்குமிடங்களை அமைத்துக் கொண்டனர். இவர்கள் வேலைவாய்ப்புக்காக நகர்ப்புறங்களுக்கு வந்தவர்கள். தங்களது முன்னோர்கள் காலங்காலமாய் செய்துவந்த வேலைகளில் சிலவற்றை அவமானம் எனக்கருதி, அவற்றை செய்ய வேறொருவரின் உதவியை நாடும், பரபரப்பான நகர வாழ்க்கை வாழும் தொழிலதிபர்களுக்கு மிக அருகாமையில் உள்ளப் பகுதிகளுக்கு இவர்கள் குடிபெயர்ந்தனர். மேலும் சகவாசத்திற்காகவும், பாதுகாப்பிற்காகவும் இந்த இருதரப்பு மக்களும் அருகருகில் வசித்து வந்தனர்.

விரைவிலேயே, அவர்களின் நண்பர்களும், குடும்பங்களும், அவர்களுக்குத் தெரிந்தவர்களும், தூரத்து கிராமங்களில் வசிக்கும் வேலை இல்லாதவர்களும் அவர்களுடன் வந்து இணைந்து கொண்டனர். வெகு விரைவிலேயே இவர்கள் பயன்படுத்தத் துவங்கிய தேவை இல்லாத இடம் மொத்தமும் சிறிதளவு கூட நகர இடமில்லாமல் குடில்களாலும், குடிசைகளாலும் நிரம்பி வழிந்தன. இங்கு பாதைகளும் இல்லை, திறந்தவெளிகளும் இல்லை. தண்ணீரும் இல்லை, குடிநீரும் இல்லை. வெளிச்சமும் இல்லை, சுகாதாரமும் இல்லை. ஆரம்பத்தில் மரங்களும், புதர்களும் இருந்து இருந்தால் கூட, அவை அனைத்தும் பின்னர் வெட்டி சாய்க்கப்பட்டு, கட்டடம் கட்டவும், விறகுக்காகவும் பயன்படுத்தப்பட்டன. வெகுவிரைவிலேயே, பச்சை என்பது இப்பகுதியில் மறக்கப்பட்ட ஒரு நிறமாக மாறிவிட்டது.

அவர்களை வெளியேறுமாறு எவரும் கேட்கவில்லை. மக்கள் அவர்களைக் கண்டு தேவையில்லாமல் பயந்தனர். அவர்களில் பலர் தொழிற்சங்கம் மற்றும் அரசியலில் இருப்பவர்களுக்கு உதவியாளர்கள் ஆக மாறிவிட்டனர். அரசியல்வாதிகளும் அருகாமையில் கிடைக்கும் மனிதவலிமையை பயனுள்ளதாக கருதினர். சேரிகளில் வாழ்வதை தவிர வேறு வழி இல்லாமல் அங்கே குடியேறி இருக்கும் மக்களின் ஒரு பக்கம் மட்டுமே இது.

பெரும்பாலானோர் செய்வதற்கே வெறுக்கும் அல்லது செய்யவே மறுக்கும் வேலைகளில் இவர்கள் ஈடுபடுத்தப் படுகின்றனர்.

அவர்கள் நமது குப்பைகளையும், கழிவுகளையும் தூய்மைப்படுத்தி அகற்றுவது மட்டுமல்லாமல், அவற்றை மறுசுழற்சி (recycle) செய்யும் வண்ணம் பொருட்களின் அடிப்படையில் பல்வேறு விதமாக பிரித்தெடுத்து வகைப்படுத்தவும் செய்கின்றனர். காகிதத்தை

பைகளாகவோ, பயன்தரும் பொருட்களாகவோ மறுசுழற்சி செய்யலாம். மேலும், புதிய முறையில் கைவினைஞர்களால் செய்யப்படும் காகிதமாகவும் அல்லது பிறந்தநாள், பண்டிகை மற்றும் திருமணத்திற்கான வாழ்த்து அட்டைகளாகவும் மறுசுழற்சி செய்யலாம். பல்வேறு உலோகங்களையும் மறுசுழற்சி செய்யலாம். இதில் பற்பசை மற்றும் களிம்பு தூம்புகளும் (toothpaste and ointment tubes) அடங்கும். பைகளும், துணிகளும், நெகிழிகளும் கூட விலைக்கு எடுத்துக் கொள்ளப்படும். கண்ணாடியை உருக்கி அதன் உற்பத்தியாளர்கள் அதனை மீண்டும் பயன்படுத்திக் கொள்ளலாம்.

நமது சேரிவாசிகள் இவைப் போன்ற அனைத்து வகையான வேலைகளையும் செய்கின்றனர். இதன் மூலம் அவர்களுக்கு அன்றாட வாழ்க்கைக்குப் பணம் கிடைக்கிறது. மேலும், இவை அனைத்துமே நம்மைப் போன்றவரின் வசதிக்கும், தேவைக்கும் ஏற்றவாறே நடைபெறுகின்றன. ஆனால் நாமோ, அவர்களை அநியாயமாக குற்றவாளிகள் எனவும், பாதகம் ஏற்படுத்துபவர்கள் எனவும் குற்றம் சாட்டுகிறோம். இது மட்டுமல்லாமல் இந்த மாதிரியான குற்றச்சாட்டுகளையும் அவர்கள் சகித்துக் கொண்டு இருக்க நேர்கிறது. அவர்களின் குழந்தைகள் பள்ளிக்கூடம் செல்லவே அஞ்சுவார்கள். அவர்கள் அப்படியே சென்றாலும் பிற வசதி வாய்ப்புள்ள குழந்தைகளால் கேலிக்கும், கிண்டலுக்கும் ஆளாகின்றனர். என்ன தான் குழந்தைத் தொழிலாளர்களை மறுப்பது ஒரு புது நாகரிகம் ஆகக் கருதப்பட்டாலும், இவர்கள் வேறு வழியின்றி, தங்கள் பெற்றோர் செய்யும் குப்பை மற்றும் கழிவுகளை வகைப்படுத்தும் தொழிலுக்கு உதவி செய்கிறார்கள்.

பணியில் இருக்கும் பணக்கார சமூகத்தின் பயனிற்காக இவை அனைத்தையும் செய்யும் இவர்களுக்கு, பணிக்குத் தேவையான வசதிகளை மட்டும் வழங்காமல், அடிப்படை வசதிகளான குடிநீர், மின்சாரம் கொண்ட வீடுகளை வழங்கவும் ஏதேனும் செய்ய வேண்டும். மேலும், கல்வி மற்றும் சுகாதார வசதிகளை நாம் செய்து

தர வேண்டும். சுகாதாரமான சூழலில் இவ்வேலைகளை அவர்கள் செய்யவும், பயிற்சிகளை அளிக்கவும் பட்டறைகள் அமைத்துத் தர வேண்டும்.

சுருக்கமாக கூறினால்—நாம் சேரிகளை அழிப்பதற்கு பதிலாக அவற்றை மறுசுழற்சி அல்லவா செய்ய வேண்டும்?

நம்மில் பெரும்பாலானோர் கொல்லைப்புறம், தோட்டம், மதலைமாடம் (balcony), தட்டையான மேற்கூரை மற்றும் வெளிப்புற வேலைகளுக்கான இடங்கள் கொண்ட அடுக்கு மாடி வீடுகளில் வசிக்கிறோம். துணிகளை உலர வைப்பதற்கும், குழந்தைகள் விளையாடுவதற்கும், வளர்ப்பு விலங்குகளை வைத்துக் கொள்வதற்கும், இடங்கள் அங்கே இருக்கும். ஏன், உணவு, முட்டை மற்றும் பாலுக்காக வளர்க்கப்படும் கால்நடைகளுக்கும் இடங்கள் இருக்கும். பலர் பூச்செடிகள், காய்கறிகள் மற்றும் வண்ணமிகு தாவரங்களையும் அந்த இடங்களில் வளர்த்து மகிழ்வர்.

சேரியில் வசிக்கும் நமது சக மனிதர்களுக்கு இந்த வசதிகள் மற்றும் சுகங்களில் ஏதேனும் கிடைக்கிறதா என்றால், அதற்கு தெளிவான பதில் என்னவோ ‘இல்லை’ என்பது தான். நாம் அடுத்த ஆயிரம் ஆண்டிற்குள் (புத்தாயிரம் ஆண்டு 2000) தலை நிமிர்ந்து செல்ல வேண்டுமானால் நாம் அனைவரும் இதற்காக ஏதேனும் செய்தாக வேண்டும்.

ஒரு கும்பலான சேரி என்பது அதில் வசிபவர்களுக்கு மட்டும் ஆபத்தாகவும், அச்சுறுத்தலாகவும் இல்லாமல், அது அமைந்து இருக்கும் ஒட்டுமொத்த சுற்றுப்புறத்தின் நலனிற்கும் இடையூறாக உள்ளது. இந்த காரணங்களினால் ஒரு சேரியை நெருக்கமாக இல்லாமல் போதிய திறந்தவெளியுடன் மறுசீரமைப்பு செய்ய வேண்டியது அவசியம் ஆகும்.

ஒரு சேரியை மறுசீரமைப்பு செய்யும்போது, அங்கு இருக்கும் வீடுகளைத் திரும்பவும், அதே மாதிரி தனித்தனியாக கட்டி அமைக்கக் கூடாது. மாறாக, இந்த வீடுகளை ஒன்றாக சேர்த்து 3 அல்லது 4 மாடிகளை கொண்ட வீடுகளாக கட்டிக்கொடுத்தால், போதிய திறந்தவெளி கிடைக்கும். இந்த திறந்தவெளிகள் நுரையீரல் போல் செயல்பட்டு அங்குள்ள குடிமக்கள் நச்சுப்புகை மற்றும் போக்குவரத்திலிருந்து வெளியேறும் புகையை வெளியேற்றி, சுத்தமான காற்றை சுவாசிக்க அனுமதிக்கும்.

புதிதாக கட்டப்படும் வீடுகளில் வாழ்பவர்களுக்கு தற்பொழுது கொஞ்சம் திறந்தவெளி இருக்கும். அதில் அவர்கள் வேலை செய்யலாம், விளையாடலாம். அதில் மாடுகளை வைத்துக் கொண்டு பால் கறக்கலாம். பாலை அவர்களும் பயன் படுத்தலாம்; பிறரிடம் விற்கவும் செய்யலாம். அங்கேயே அவர்கள் தங்களது தேவைக்கேற்ப பழங்களையும், காய்கறிகளையும் வளர்க்கலாம்.

மீட்டெடுக்கப்பட்ட திறந்த நிலம் என்பது அனைவரின் வசதிக்கானது மட்டுமே தவிர, செல்வந்தர்கள் மேலும் பெரிய வீடுகளை அங்கு கட்டுவதற்கும், அவர்களே மேலும் செல்வச் செழிப்படைவதற்கும் அல்ல.

தோட்டங்கள், மரங்கள், குளம், மாட்டுக் கொட்டகை, பொழுதுபோக்கு இடம்

பொதுக் கூடம், பள்ளிக்கூடம், சுகாதார மையம்

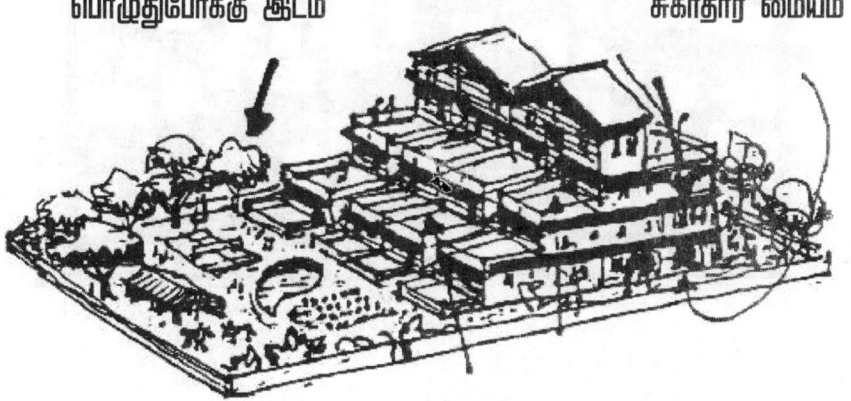

ஒவ்வொரு வீட்டிற்கும் ஒரு மொட்டை மாடி

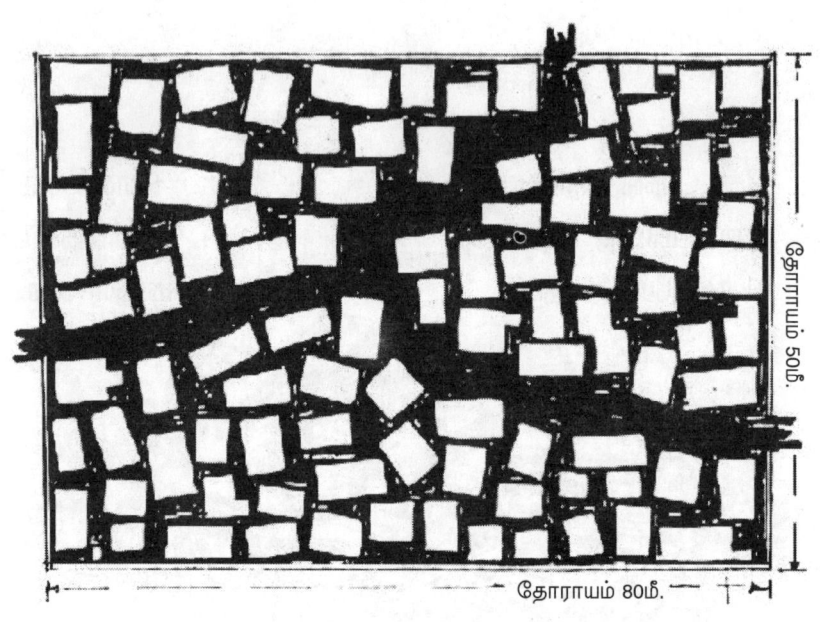

இது ஒரு உண்மையான சேரியின் தோராயமான திட்டப்படம் (plan). இங்கே மொத்தமாக நூறு குடில்களை உள்ளடக்கிய மூன்று குடியேற்றங்கள் இருந்தன. இதன் மொத்த பரப்பளவு சுமாராக ஒரு ஏக்கர் இருக்கும் (ஏறத்தாழ 80 மீட்டர் x 50 மீட்டர்).

ஒவ்வொரு கட்டடமும் எட்டு வீடுகளையும் அவற்றின் மொட்டை மாடிகளையும் உள்ளடக்கி உள்ளது. இரண்டு அலுவலகங்கள் அல்லது ஒரு பொதுக் கூடமும் உள்ளன.

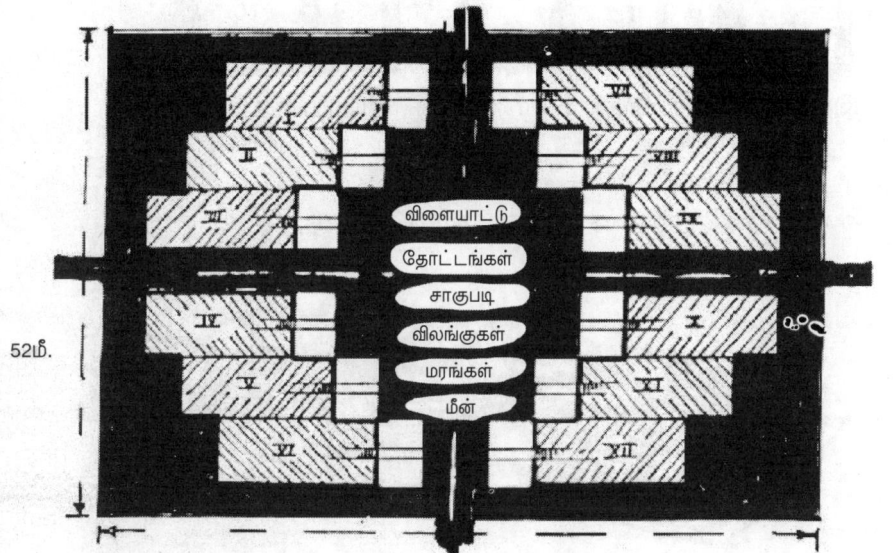

(நிச்சயமாக நமக்கு அச்சு அசல் இதே போன்ற செவ்வக மனையிடம் கிடைப்பது அரிதே.)

இந்த மனையிடமும் (site) இதற்கு முன்னர் காண்பிக்கப்பட்ட மனையிடத்தின் பரப்பளவை (தோராயமாக 1 ஏக்கர்) கொண்டது தான். இந்த திட்டப்படத்தில் பல வீடுகள் ஒன்றாக சேர்க்கப்பட்டு மாடி வீடுகளாக, திறந்தவெளியுடனும் மற்ற பல வசதிகளுடனும் அமைக்கப் பட்டுள்ளன.

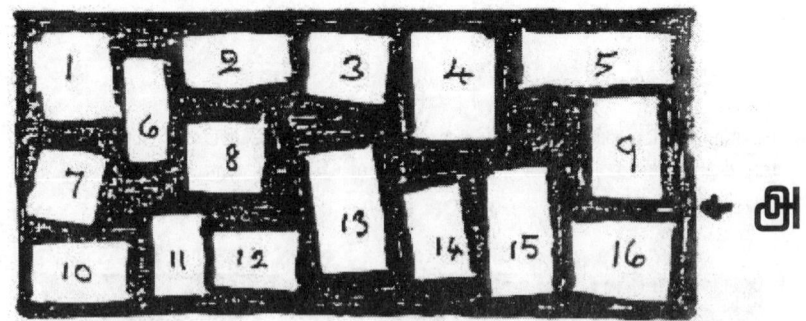

அ

இது பதினாறு குடில்கள் கொண்ட ஒரு சராசரியான சேரி.

அசலான பதினாறு குடிசைகளும் இப்படி தான் இருந்தன.

ஆ

இது
அரசு பாணி
மாற்றியமைப்பு. திறந்தவெளியை பொருத்தவரை 'இ' வகையிலான சீரமைப்பு, அசலை விட எவ்வகையிலும் சிறந்தது இல்லை. இங்கே அவையனைத்தும் அதே மனையிடத்திலேயே பதினாறு புது வீடுகளாக மாற்றப்பட்டுள்ளன.

இ

ஈ

விளையாட்டு அரங்கில் உள்ள இருக்கைகளைப் போல, பதினாறு புது வீடுகள் ஒரே மாடி வீடாக அடுக்கப்பட்டுள்ள அதே மனையிடம் இது.

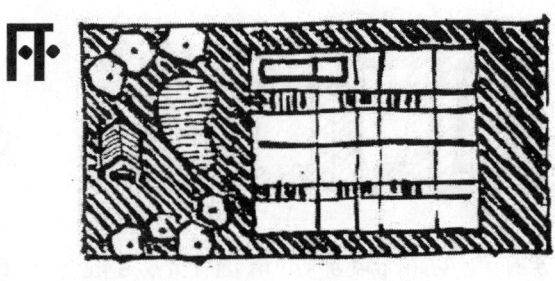

உ

இங்கே உள்ள அனைத்து திறந்தவெளிகளும் தோட்டங்களுக்காகவும், மரங்களுக்காகவும், ஒரு குளத்திற்காகவும், மாட்டு கொட்டகைக்காகவும், பொழுதுப்போக்கிற்காகவும் மற்ற பிற வேலைகளுக்காகவும் விடப்பட்டுள்ளன.

ஊ

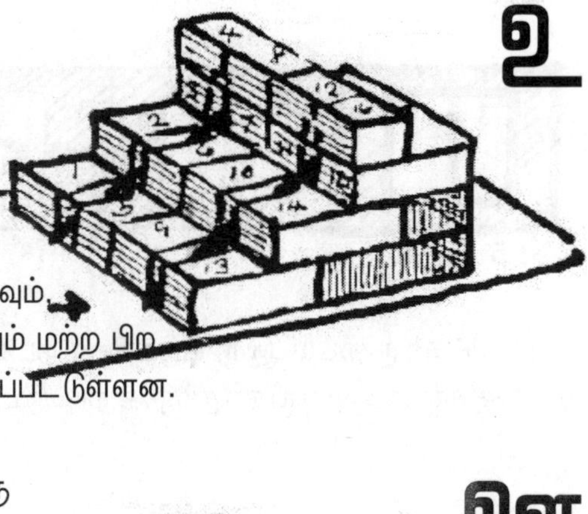

ஒவ்வொரு வீட்டிற்கும் ஒரு மொட்டை மாடி உள்ளது.

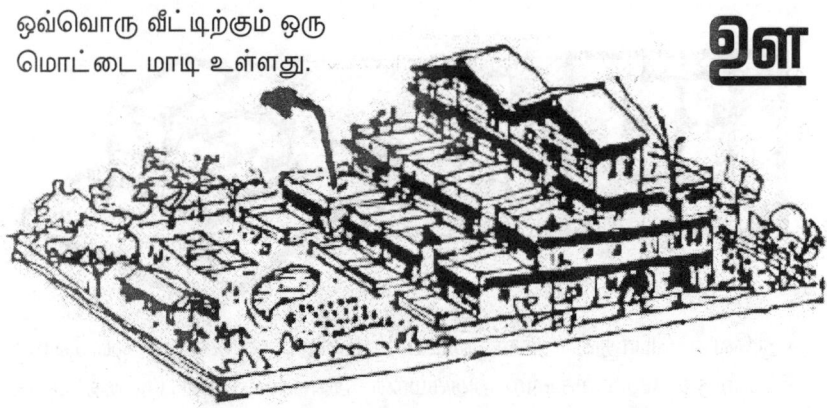

'ஈ', 'உ' மற்றும் 'ஊ' வகையில் உள்ள சீரமைப்புகள் அதே அளவிலான வீடுகளையே காட்டுகின்றன. இருப்பினும் ஏராளமான திறந்தவெளியுடனும் மற்ற பல வசதிகளுடனும் உள்ளன.

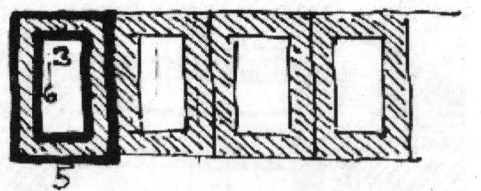

சிறிய துண்டு நிலத்தில் (8 மீட்டர் x 5 மீட்டர்) இருக்கும் மிகச் சிறிய வீடானது (6 மீட்டர் x 3 மீட்டர்) அதனைச் சுற்றி எந்த இடத்தையும் தோட்டத்திற்காக தருவதில்லை.

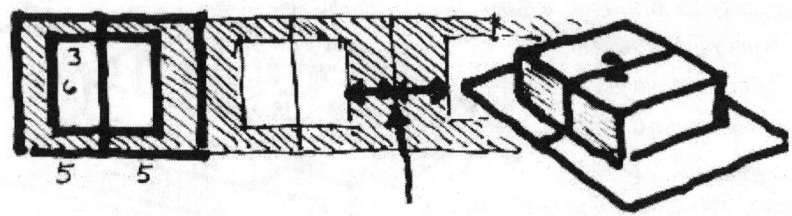

பொதுச் சுவருடைய இரு வீடுகளோ நடவிற்கும், விளையாட்டிற்கும், விலங்குகளை வளர்ப்பதற்கும் நிறைய இடம் கொடுக்கின்றன.

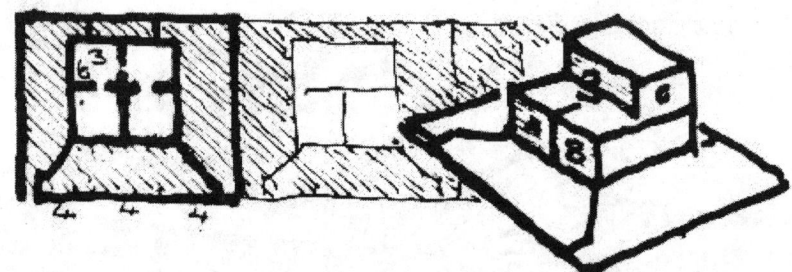

அதுவே பொதுச் சுவருடைய மூன்று வீடுகள், ஒவ்வொரு வீட்டிற்கும் தேவைக்கும் அதிகமான அளவில் பயன்படுத்தத் தக்க இடத்தை அளிக்கின்றன. மேலும், இது பெரும்பாலான சேரிகளில் எப்பொழுதும் காணப்படாத காற்றோட்டமான ஓர் உணர்வினை ஏற்படுத்துகிறது.

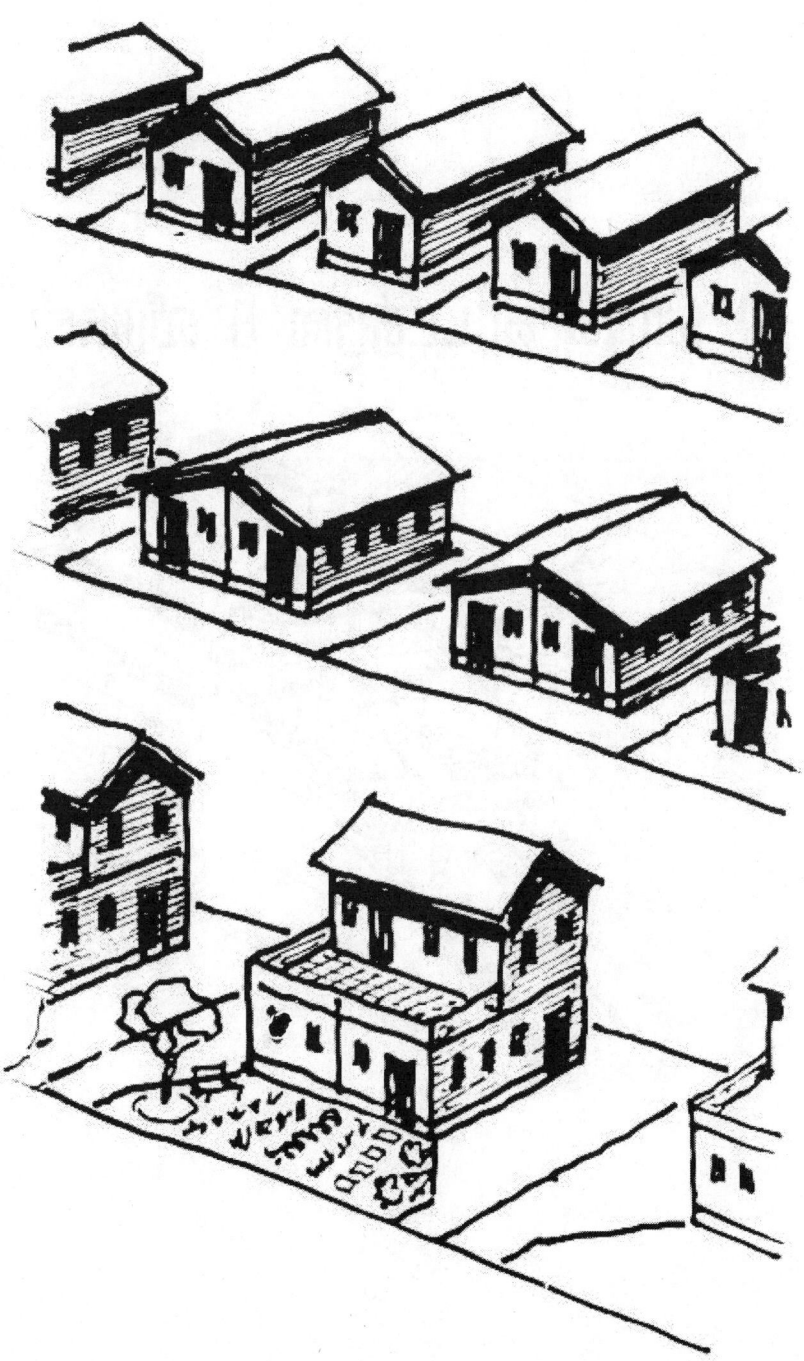

4 மாடிக் கட்டடத்தில் 8 வீடுகள்

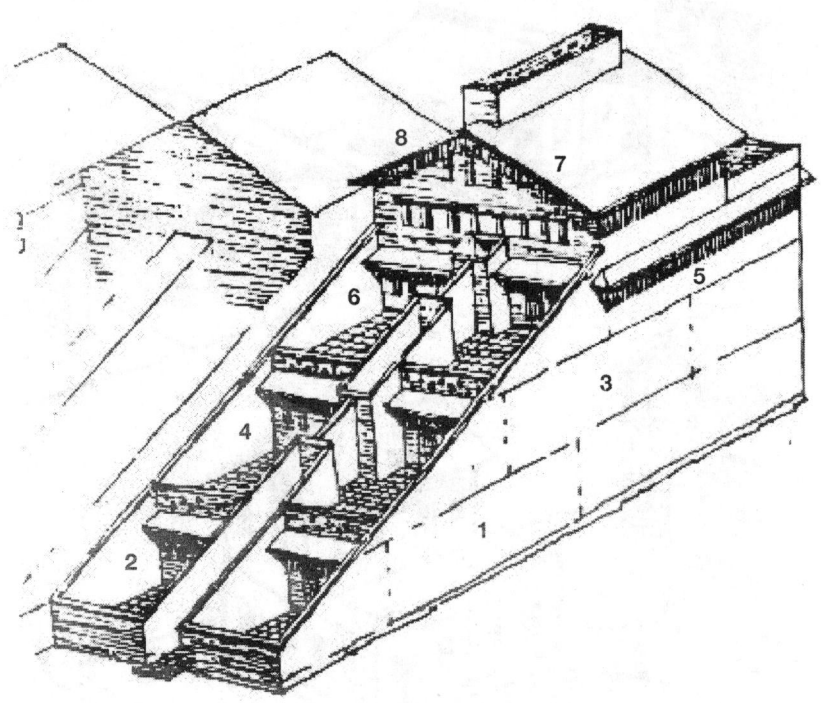

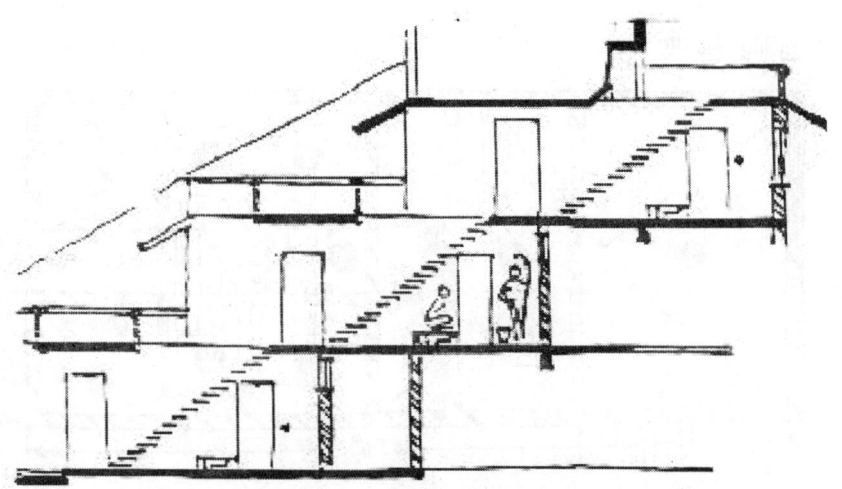

மாடிப்படி மற்றும் கழிப்பறையை காண்பிக்கும் குறுக்குவசப் படம்

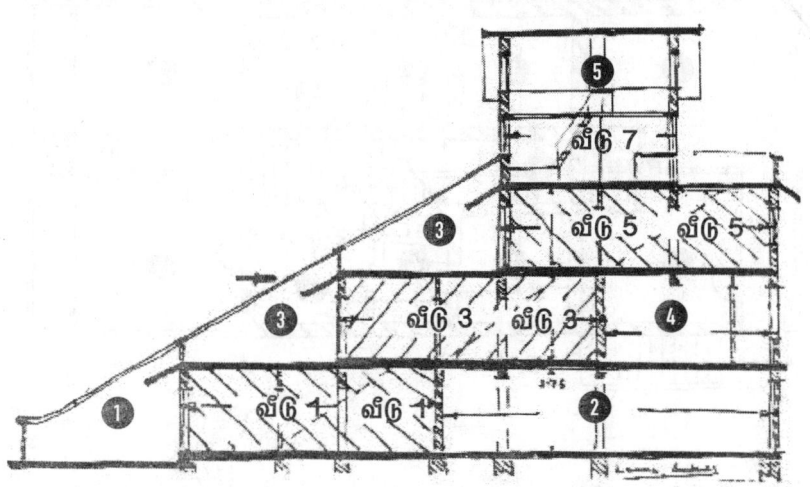

வீடுகள் மற்றும் பொதுக் கூடத்தை காண்பிக்கும் குறுக்குவசப் படம்

1. முகப்பு   2. பொதுக் கூடம்   3. மொட்டை மாடி
4. அலுவலகம்   5. பரண்

தரை தளம்

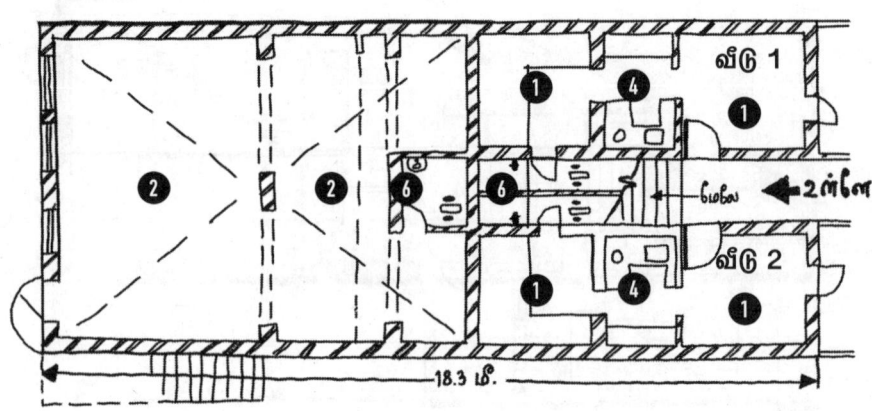

முதல் தளம்

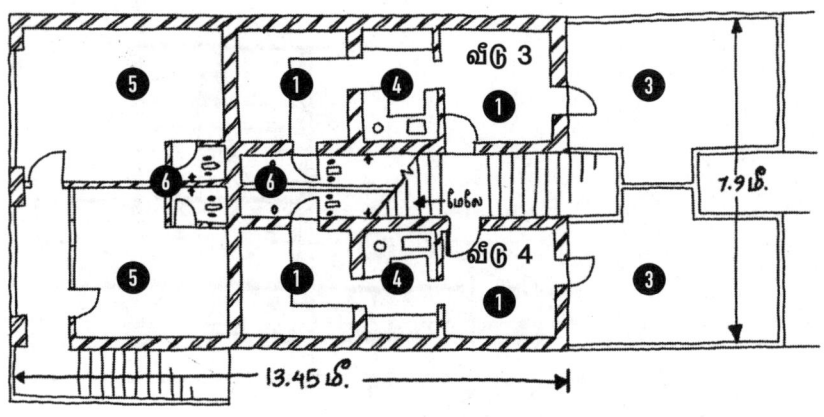

① அறை ② பொதுக் கூடம் ③ மொட்டை மாடி
④ சமையல் அறை ⑤ அலுவலகம் ⑥ கழிப்பறை

*Sketches on this page are recreated for better clarity.

இரண்டாம் தளம்

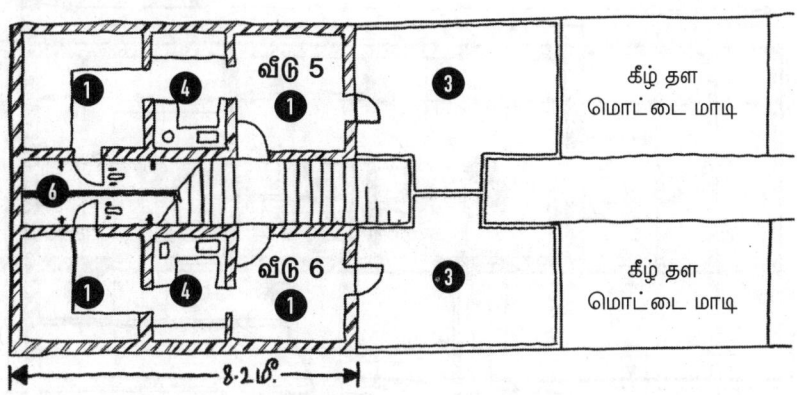

மூன்றாம் தளம்

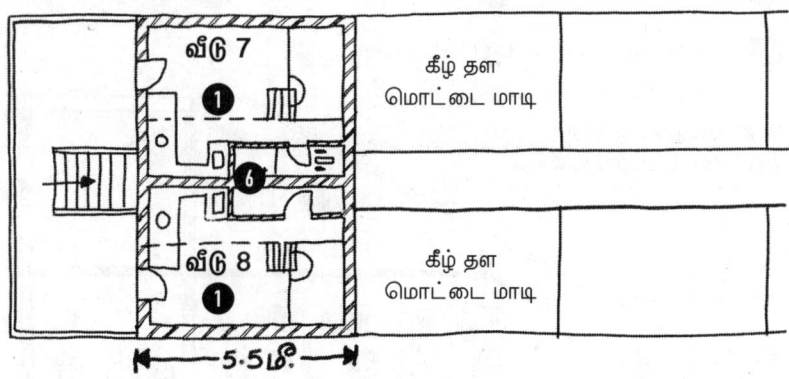

பரண்

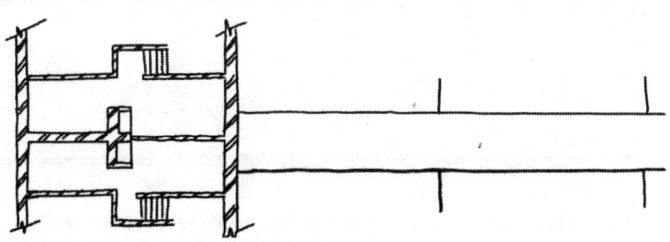

*Sketches on this page are recreated for better clarity.

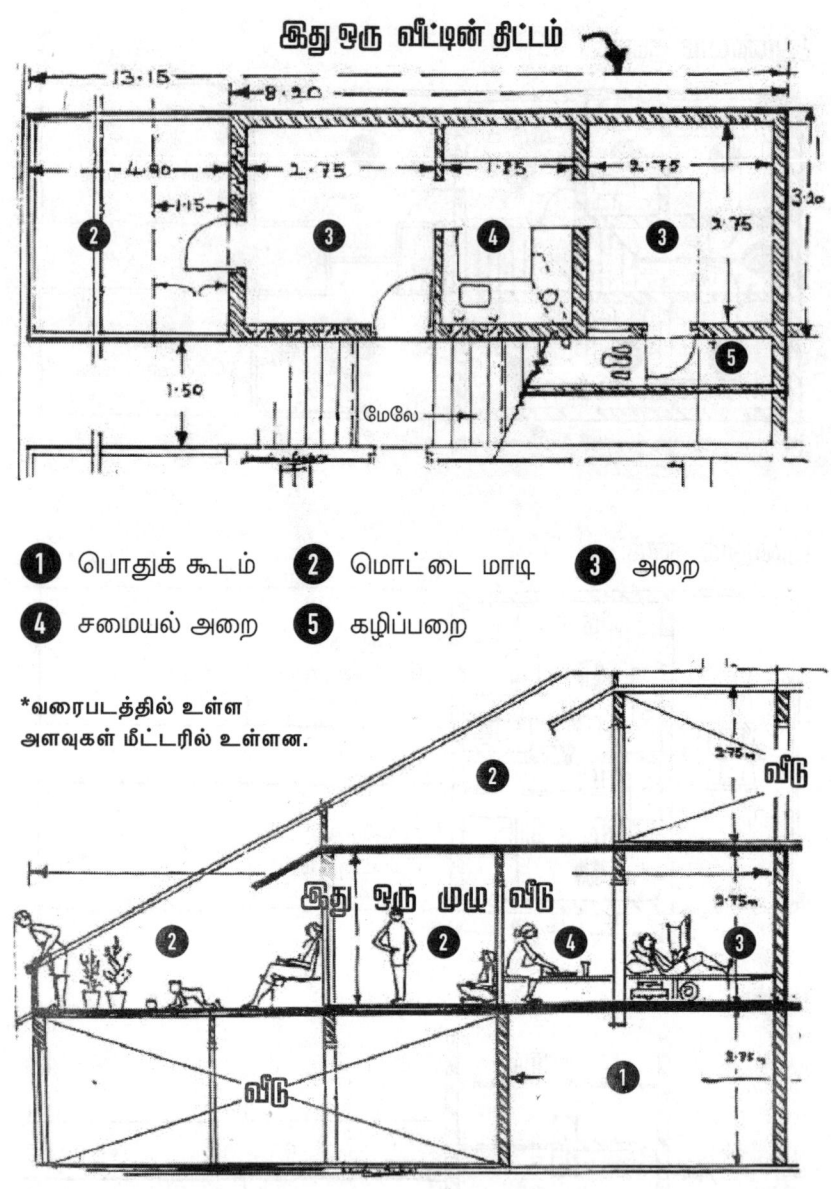

1. பொதுக் கூடம்
2. மொட்டை மாடி
3. அறை
4. சமையல் அறை
5. கழிப்பறை

*வரைபடத்தில் உள்ள அளவுகள் மீட்டரில் உள்ளன.

பொதுக் கூடத்தை பள்ளியாகவும், குழந்தைகளுக்கான பகல் காப்பகம், சந்தை, சபை, சுகாதார மையம், பட்டறை, பொழுதுபோக்கு மற்றும் வாசிப்பு அறையாகவும் பயன்படுத்தலாம்.

உட்பரப்பளவு (சுவர் இல்லாமல்)/Carpet area =	225 சதுர அடி
உட்பரப்பளவு (சுவருடன்)/Internal floor area =	285 சதுர அடி
மொட்டை மாடி & கழிப்பறையின் பரப்பளவு =	215 சதுர அடி
ஒரே ஒரு வீட்டின் மொத்த பரப்பளவு =	**500 சதுர அடி**
	(46.25 சதுர மீட்டர்)

என்ன தான் ஒரு கட்டடத்தில் இருக்கும் எட்டு வீடுகளும், ஒரே பரப்பளவு கொண்டு இருந்தாலும், அறைகளின் அமைப்புகள் மாறலாம்.

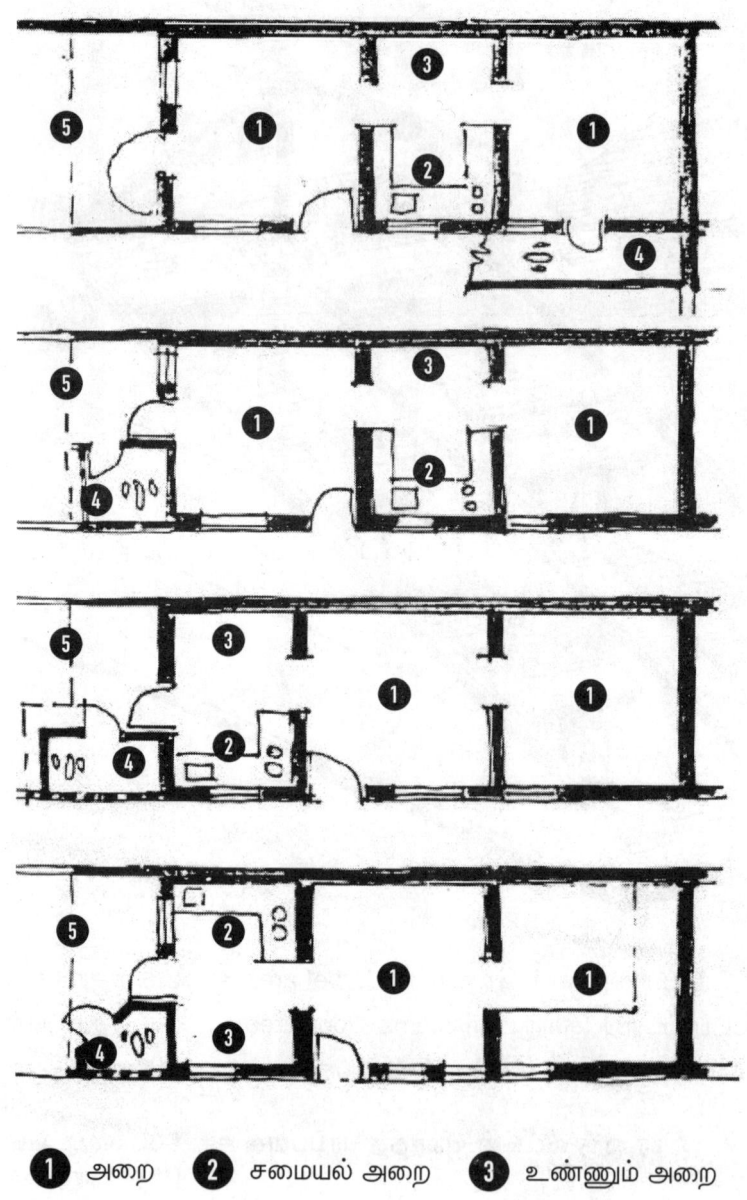

① அறை   ② சமையல் அறை   ③ உண்ணும் அறை

ஒவ்வொரு திட்டப்படத்திலும் மொத்தம் இரண்டு முக்கிய அறைகள் உள்ளன. குடியிருப்பவரின் விருப்பத்திற்கு ஏற்றவாறு, சமையலறை மற்றும் கழிப்பறையின் இடமும், அளவும் மாறலாம்.

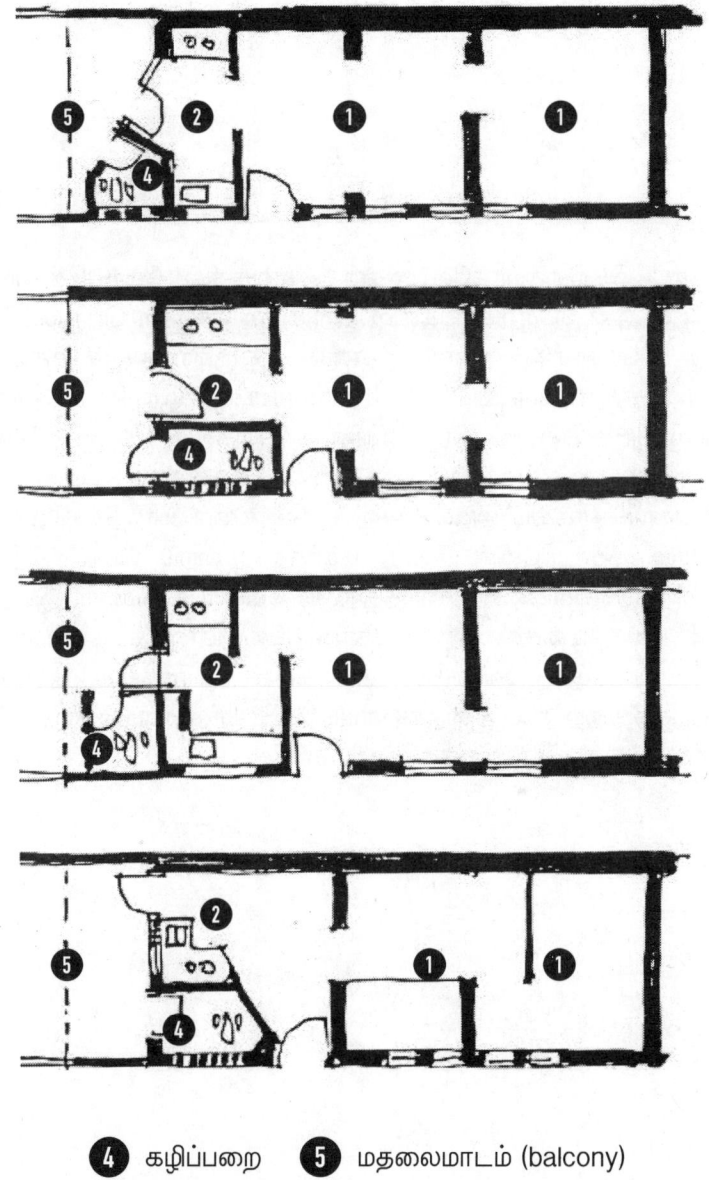

④ கழிப்பறை   ⑤ மதலைமாடம் (balcony)

சேரிகள், இயற்கையாகவே அதன் அளவுகளில் வேறுபடுகின்றன. நமது நாட்டின் பெருநகரங்களில் இருக்கும் சேரிகள் பெரும்பாலும் மிகவும் பெரிதாகவே உள்ளன. எனவே, ஒருவர் அதில் எளிதாக தொலைந்து விட வாய்ப்புள்ளது. சிறு நகரங்களில் இருக்கும் சேரிகள் அளவில் சிறிதாகவே உள்ளன. எனினும் சேரிகளில் வசிபவர்களோடு ஒட்டிக்கொண்டிருக்கும் களங்கத்தினை நீக்குவதற்கு, இந்த நாடு சேரிகளை நோக்கிய அதன் அணுகுமுறைகளை மாற்றிக் கொள்ள வேண்டும். திட்டமிடலின் போது சேர்த்து நிறைய பயன் படுத்தத் தக்க திறந்தவெளிகளை அமைத்துத் தர வேண்டும். மேலும், இடிந்து விழக்கூடிய குடிசைகளை ஒழுங்கான, நிலையான கட்டடங்களாக மாற்றி அமைக்க வேண்டும. அவர்களின் வாழ்க்கை தரத்தை மேம்படுத்த மற்ற சில அறைகளையும் கட்டடங்களையும் ஏற்படுத்தி தரலாம்.

நகரங்களில் உள்ள பள்ளிக்கூடங்கள், சீரற்ற ஆடை அணிந்திருக்கும் சேரிகளில் வசிக்கும் பள்ளிப்பருவக் குழந்தைகளைப் பற்றிய அவர்களது அணுகுமுறையை ஒரே நாளில் மாற்றிக் கொள்வார்கள் என நாம் எதிர்ப்பார்க்க முடியாது. சிறு குழந்தைகள் அவர்களது உரிய வயதில் பிரதான பள்ளியில் சேரத் தயாராகத் தேவைப்படும் மழலையர்ப் பள்ளிகள், பகல் காப்பகங்கள், பாலர் வகுப்புகள் இவையனைத்தையும் எடுத்து நடத்த பல தன்னார்வ நிறுவனங்கள் ஆர்வம் காட்ட வேண்டும். மறுசுழற்சி சாத்தியக்கூறுகளுக்குத் தேவையான பட்டறைகளும், கிடங்குகளும் இருந்தால், அதுவே பல பிரச்சனைகளைத் தீர்க்கும். ஒரு சிறிய சுகாதார நிலையமானது சேரியில் வசிப்பவரின் உடல்நிலையை மட்டும் கவனித்துக் கொள்ளாமல் நோய்கள் பரவுவதையும் தடுக்கும்.

வரைபடம் 'ஊ' ஆனது இதைப் போல ஆக விடக் கூடாது. அப்படி ஆனால், நாம் வெறுமனே ஒரு மண் மற்றும் தகரத்தால் ஆன சேரியை கற்காரை சேரியாக மாற்றியதாக ஆகி விடும். நாம் நகரங்களில் இருந்து இயற்கையை விலக்கி வைக்கும் பெரிய தவறை இழைத்து விட்டோம். நாம் அதையே தொடர்ந்து செய்துக் கொண்டே இருக்கும் அளவிற்கு அவ்வளவு முட்டாள்களா என்ன?

படத்தில் உள்ள மூன்று மாடி குடியிருப்பு வீடுகள், இந்த நவீன கோபுர கட்டடத்தால் முழுவதுமாக இருட்டடிப்பு செய்யப்பட்டு, இருக்கும் இடம் தெரியாமல் மாறி விடுகின்றன.

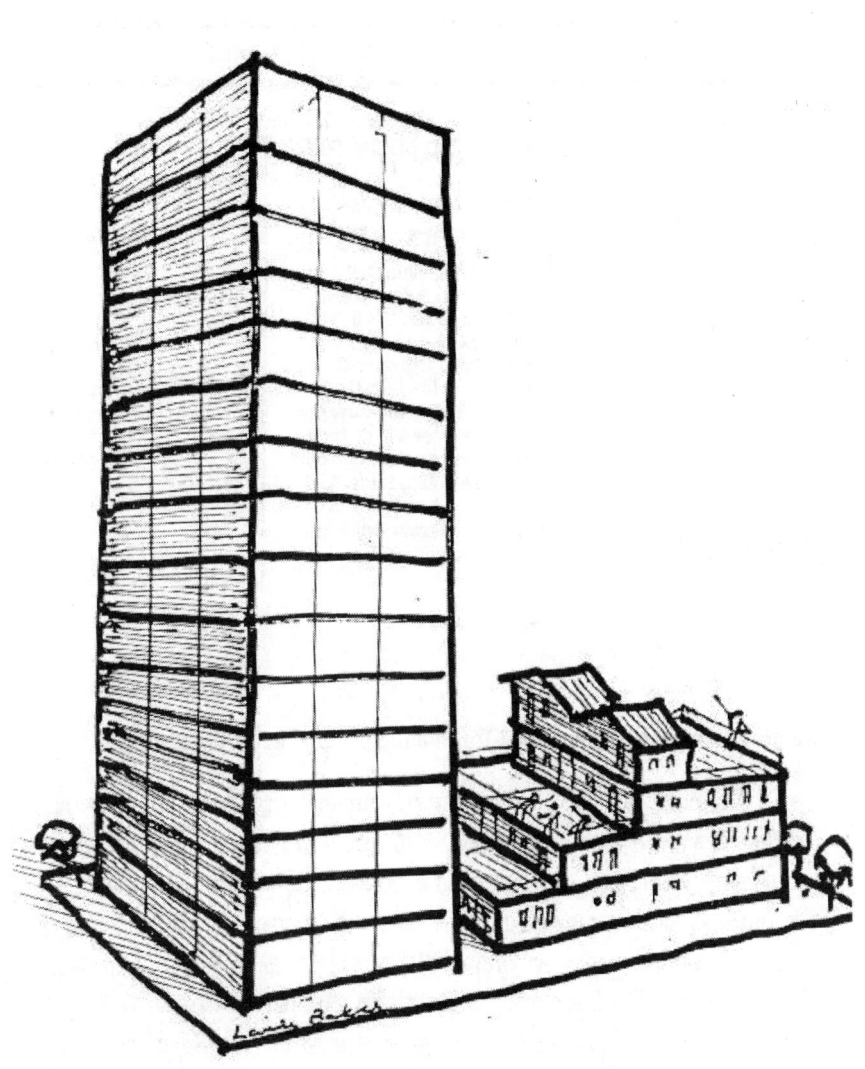

**THE NEW INDIAN EXPRESS
THIRUVANANTHAPURAM**

THIRUVANANTHAPURAM • THURSDAY • SEPTEMBER 30, 1999

■ BRIEFS ■

Evacuate slum dwellers: HC

New Delhi: The Delhi High Court has ordered eviction of about 5,000 slum dwellers near the New Delhi railway station for expansion of rail tracks. The court directed officials to evacuate them by December 1 and if required use police force. The court was hearing a PIL filed by 'Dainik Railway Yatri Sangh'. • PTI

"செய்திச் சுருக்கம்

சேரியில் வசிப்பவர்களை வெளியேற்றவும் - உயர்நீதிமன்றம்

புது தில்லி: இரயில் தண்டவாளங்களை விரிவாக்கம் செய்யும் பணிக்காக, தில்லி இரயில் நிலையத்திற்கு அருகாமையில் வசிக்கும் கிட்டத்தட்ட ஐயாயிரம் சேரிவாசிகளை வெளியேற்றம் செய்யக் கோரி தில்லி உயர்நீதிமன்றம் உத்தரவுப் பிறப்பித்துள்ளது. உயர்நீதி மன்றமானது அவர்களை டிசம்பர் மாதம் 1-ஆம் தேதிக்குள் வெளியேறச் செய்யுமாறும், தேவைப்பட்டால் காவல் படையின் பலத்தை பயன்படுத்திக் கொள்ளுமாறும் அதிகாரிகளுக்கு ஆணையிட்டுள்ளது. உயர்நீதி மன்றமானது 'தைனிக் இரயில்வே யாத்ரி சங்கம்' தாக்கல் செய்த பொது நல வழக்கை விசாரித்து வந்தது. PTI."

ஐயாயிரம் சேரிவாசிகளும் எந்த இடத்திற்கு வெளியேறிச் செல்ல வேண்டும் என்பதை மாண்புமிகு தலைமைப் பொறுப்பில் உள்ளவர்கள் கூறியிருப்பார்கள் என்று நாம் நம்புவோம்.

எனக்கு நிச்சயமாக இந்த வழக்கினைப் பற்றிய விவரங்கள் எதுவும் தெரியாது. இந்த உயர்நீதிமன்ற உத்தரவிற்கு வழிவகுத்த சூழ்நிலைகளும் தெரியாது. இதில் வெளிப்படையான விஷயம் என்னவென்றால், மக்கள் இரயில்வேயிற்கு உரிய நிலத்தில் குடியிருக்க, தற்பொழுது இரயில் தண்டவாளங்களை விரிவுப் படுத்துவதற்கான நேரம் வந்தமையால் வேறு வழியின்றி அவர்களை அப்புறப்படுத்தியாக வேண்டி உள்ளது.

நான் இந்த செய்தித்தாளின் பகுதியை தங்களிடம் காட்டுவதற்கான நோக்கம், இந்த ஐயாயிரம் சேரிவாசிகளின் மீது அதிகாரத்தில் உள்ளவர்கள் எந்த அளவுக்கு அக்கறை இல்லாமல் இருக்கிறார்கள் என்பதை காட்டுவதற்கு தான். இவர்கள் இந்த நிலப்பகுதியிலிருந்து எண்ணி முப்பது நாட்களில், காவல் துறையின் பலத்திற்கு உட்பட்டோ அல்லது காவல் துறை இல்லாமலோ வெளியேற வேண்டும். இந்த ஐயாயிரத்தில் ஒருவராக நீங்கள் இருந்தால், உங்களின் உணர்ச்சிகளை உங்களால் கற்பனை செய்ய முடிகிறதா? முப்பது நாட்களில் உங்களுக்கும், உங்கள் குடும்பத்தினற்கும் வேறொரு வீடு தேடிப்பிடிக்க வேண்டும். அதற்குத் தேவையான பொருளாதார வசதியும் கையில் இருக்காது.

இதுவரை காண்பிக்கப்பட்டுள்ள மறுசீரமைத்த, சேரி வீடுகளின் சில வசதிகளை, மிகவும் குறைந்த செலவிலேயே எளிதாக அமைக்கலாம்.

இதில் முக்கியமாக குறிப்பிட வேண்டியது என்னவென்றால்,

இந்தியா முழுவதிலும் உள்ள சராசரியான பாரம்பரிய வீடுகள், வெறும் வீடு மட்டும் அல்லாமல், எவ்வளவு சிறிதாக இருந்தாலும் ஒரு முழு சுற்றுச்சுவரை கொண்டிருக்கும். வீடு என்பது வெறுமனே உறங்குவதற்கான ஓர் இடமாகவும், மோசமான வானிலையின் போது தங்குமிடமாகவும், ஒரு சேகரமாகவும் மட்டுமே கருதப்படுகிறது. சமையல், தொழில்கள், விளையாட்டு, விலங்குகள் பராமரிப்பு, எரிபொருள் மற்றும் தீவனம் சேகரிப்பு இவையனைத்தும் சுற்றுச்சுவற்களால் அணைக்கப்பட்டிருக்கும் வெளிப்புறங்களிலேயே நடைபெறுகின்றன.

“அருமை! அருமை! அற்புதமான யோசனைகள்! இவ்வளவு யோசிக்கும் போது ஏன் அவர்களுக்கு டி.வி.எஸ் வண்டிகளும், மாருதி சீருந்துகளும் (car) கொடுக்கக் கூடாது!” என்று நிச்சயம் உங்களில் யாராவது யோசிப்பீர்கள் என்று எனக்குத் தெரியும்.

ஆனால் கவலைப்படாதீர்கள்! நாம் இங்கே லட்சக் கணக்கான வீடற்றக் குடும்பங்களை கொண்டுள்ளோம் என நான் தொடர்ந்து தெரியப்படுத்திக் கொண்டுதான் இருக்கப் போகிறேன். மேலும் நாம் அண்மையில் ரூ.20,000 முதல் ரூ.35,000 (1992-ஆம் ஆண்டு) வரை விலையில் உள்ள சிறு வீடுகளைக் கட்டி வருகிறோம். எனக்குத் தெரியும்—கட்டுமானம், தொழிலாளர்கள் மற்றும் கட்டடப் பொருட்களின் விலை இந்தியாவின் வெவ்வேறு பகுதிகளில் மாறுபடுகிறது என்று. அண்மையில் இருக்கும் நமது அரசாங்கத்தின் மூத்தத் தலைவர் ஒருவர், நம் நாட்டின் முன்னுரிமைத் தேவைகளின் பட்டியலை வெளியிட்டார்.

பட்டியலில் முதலாவதாக—காஷ்மீர் முதல் கன்னியாகுமரி வரை ஆறு வழி நெடுஞ்சாலை ஒன்றை அமைக்கும் திட்டம் இருந்தது. நான்

நெடுஞ்சாலை திறக்கப்படும் அந்நிகழ்ச்சி நாள் எப்பொழுது வரும் என்றெல்லாம் காத்திருக்கவில்லை. ஏனெனில் திருவனந்தபுரத்தில் இருக்கும் என் வீட்டிலிருந்து கார்கில் வரையிலும் வழி நெடுக ஆறு வழிச்சாலை இருந்தாலும், நான் எப்படியும் சாலையின் ஒரு வழியில்தான் வண்டியை ஓட்டிச் செல்லப் போகிறேன்.

பின்வரும் பக்கங்களில் உள்ள தற்காலிக திட்டப்படங்கள் மற்றும் விளக்கப்படங்களின் நோக்கமானது—சேரி மறுசுழற்சி செய்யும் யோசனைகள் எல்லாம் வெறும் காற்றில் வரைந்த கற்பனை இலட்சியம் அல்ல என்பதை காண்பிப்பதற்கே. மேலும், அதை நடைமுறையில் கொண்டுவருவதற்கு நாம் ஏன் உண்மையிலேயே முயற்சி செய்யத் துவங்கக் கூடாது?

தண்ணீர் விநியோகம், மின்சாரம், சுகாதாரம், சூரிய மற்றும் உயிரிவளி (biogas) ஆற்றல், சாலைகள், கல்வி மற்றும் சுகாதார சேவைகள், வங்கி மற்றும் காப்புறுதி, விலங்குகள் பராமரிப்பு, சமூக வனவியல், உழவு மற்றும் தோட்டக்கலை, சிறு தொழில் நிறுவனங்கள் மற்றும் கட்டடங்கள்—இவையனைத்திற்கான அரசு துறைகள் ஏற்கனவே உள்ளன. இவை சம்பந்தப்பட்ட பிரச்சனைகளை கையாள்வதற்குப் போதிய திட்டங்களும், பணியாளர்களும், நிதியும் அரசிடம் உண்டு. இதைப் பயன்பாட்டுக்கு கொண்டுவருவதில் பிரச்சனைகளும், சிரமங்களும் இருக்கத்தான் செய்யும். ஆனால் ஒரு நாடாக நாம் அதைக் கடந்து வர வேண்டும். கடந்து வருவதற்கான தக்கச் சமயமும் இதுவே.

நவீன, அடுக்குமாடி வீடுகளும், அலுவலகங்களும் இவ்வுலகில் உள்ள பணக்காரர்களை ஈர்க்கும் வகையில் இருக்கலாம். எனினும் அவற்றின் கட்டுமானத்திலும் சரி, அன்றாட பயன்பாட்டிலும் சரி,

அவற்றிற்கு அளவுக்கு அதிகமான ஆற்றலும், பற்றாக்குறையான பொருட்களுமே தேவைப்படுகின்றன.

அவை சுகாதாரத்திற்கு மட்டும் அச்சுறுத்தலாக இல்லாமல், நிலநடுக்கம் போன்ற தேசிய பேரிடர்களையும் விளைவிக்கின்றன. துரதிர்ஷ்டவசமாக, இவை போன்ற தேசிய பிரச்சனைகள் பணக்காரர்களுக்கு லாபம் தரும் முதலீடாகவே அமைகின்றன. அடுக்குமாடி குடியிருப்புகள், அவற்றின் பயனர்களுக்கு, நடைமுறைக்கு உகந்ததாகவும் இருப்பதில்லை; ஏற்றுகொள்ளத் தக்கதாகவும் இருப்பதில்லை. நாம் இந்த பாடத்தை மும்பையில் இருக்கும் சால் (chawl) எனப்படும் தொழிலாளர்களுக்கான மலிவு விலை அடுக்குமாடி குடியிருப்புகளில் இருந்து கற்று இருக்க வேண்டும்.

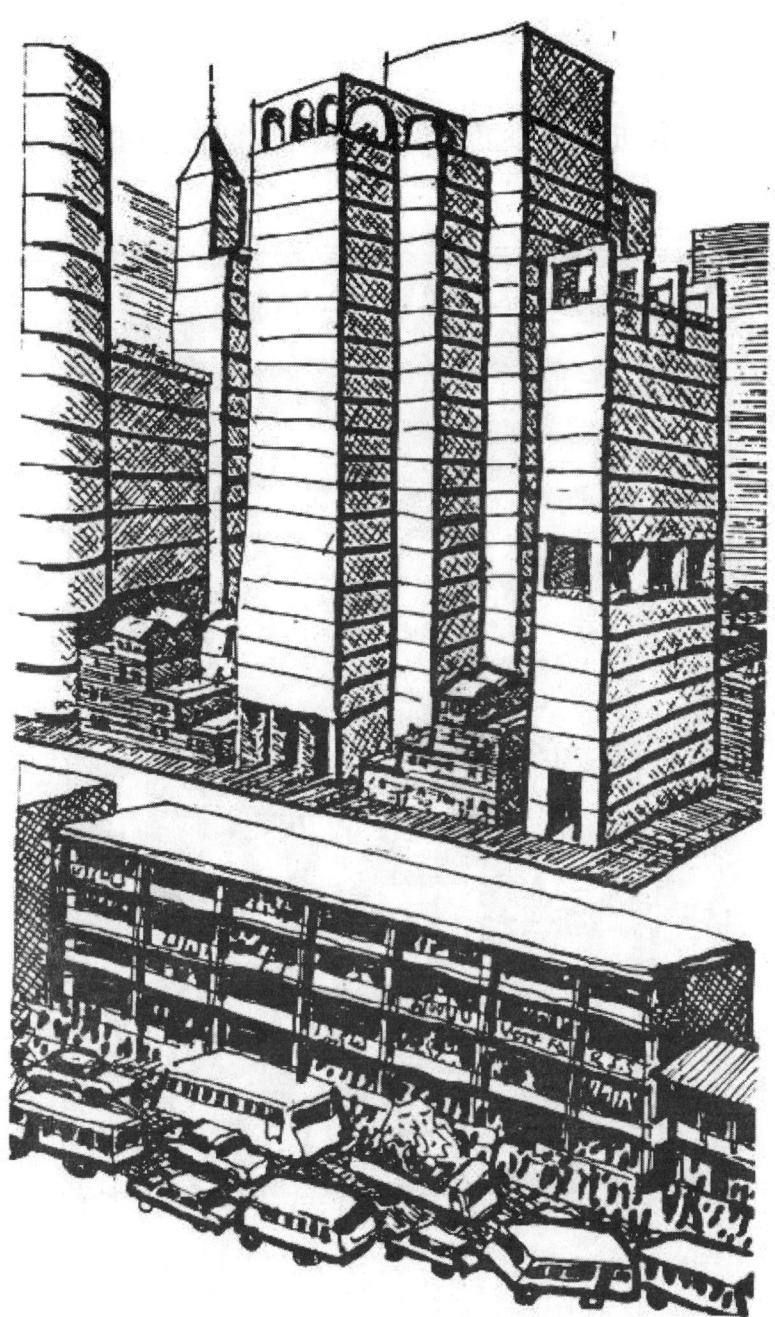

ஒரு சேரியின் திட்டப்படம் தற்பொழுது

அதே சேரி அடுத்த ஆண்டு

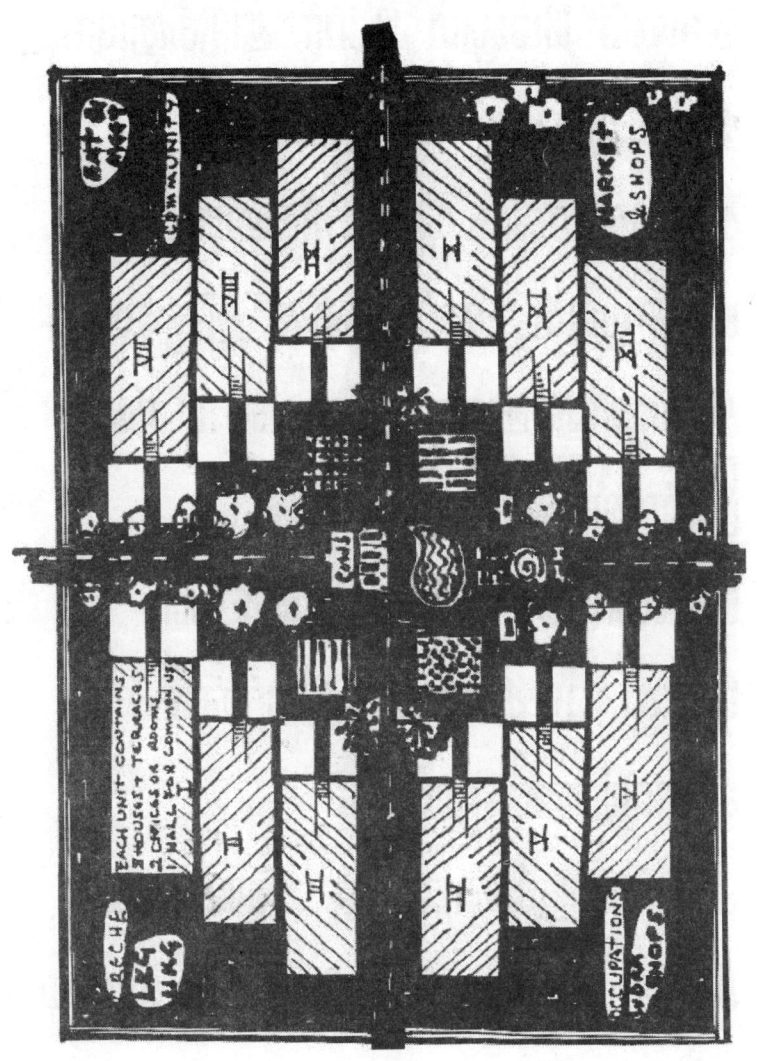

மேலும் மேலும் உயர் அடுக்குமாடி குடியிருப்புகள் கட்டுவதைக் காட்டிலும் நமது சேரிகளை மறுசுழற்சி செய்வதற்கு இதுவரை இல்லாத அளவிற்கு பன்மடங்கு முன்னுரிமையை அளிக்க வேண்டும். இச்செய்கையின் போது வசதி படைத்தவர்களின் கோரிக்கைகளையும் அவர்களுக்கான திட்டங்களையும் சிறிது காலம் தள்ளிப் போடலாமே?

வருவாய் அற்ற பிரிவினருக்கும் (NIG), பொருளாதாரத்தில் நலிந்த பிரிவினருக்கும் (EWS), ஒரு வாய்ப்புக் கொடுத்து அவர்களை குறைந்த பட்சம் குறைந்த வருவாய் பிரிவினராக (LIG) முன்னேற்றம் அடைய விடலாமே.

சேரிகள் அதில் வாழ்பவர்களுக்கு அவமானமோ, வெட்கமோ அல்ல!

மாறாக **நம்மைப் போன்ற** நகர்ப்புறத் திட்டமிடுபவர்களுக்கும், கட்டடக் கலைஞர்களுக்கும், கட்டட ஒப்பந்ததாரர்களுக்கும், நமது அரசுத் துறைகளுக்கும், அதிகாரத்தில் உள்ளவர்களுக்கும், தம்மைச் சுற்றி நடப்பவற்றைக் கண்டும் காணாமல் செல்பவர்களுக்கும், அவற்றை சரி செய்வது நம் பணி இல்லை எனப் பொறுப்பினைத் தட்டிக்கழிக்கும் நம்

அனைவருக்குமே அவமானம்!

அறிவுக்கரசி மணிவண்ணன்
தமிழாக்கம்

கட்டடக்கலைஞர். கவிதாயினி. துளிரும் மொழிபெயர்ப்பாளர். எழுத்தில் மாய வித்தைகளை அவ்வப்போது வெளிப்படுத்தும் வித்தைக்காரர். தனது எழுதுகோலில் இருந்து சொற்களை சரளமான வரிகளாய்க் கோர்க்கும் பல்திறன் வாய்ந்த எழுத்தாளர்.

ச. மணிவண்ணன்
மெய்ப்புப் பார்த்தல்

பொறியாளர் (பணி ஓய்வு), பெல் நிறுவனம், திருச்சி. தமிழ்ப் பற்றாளர். பேச்சாளர் மற்றும் எழுத்தாளர். நேர்மறை சிந்தனையாளர். அகவை அறுபதிலும் அயராது பயணிக்கும் இவர், தன் வசம் வரும் புதிய கருத்துகளையும், கொள்கைகளையும் ஆதரித்து வருபவர்.

கௌஷிக் ஸ்ரீநிவாஸ்
புத்தக வடிவமைப்பு & ஒருங்கிணைப்பு

கட்டடக்கலைஞர். மாவிலையின் விதை. நையாண்டியிலும் நக்கலிலும் நாயகர். கண்ணைக் கவரும் வரைகலைகளை உருவாக்கும் ஒப்பற்ற வரைகலைஞர். மாவிலையின் உயிரோட்டத்திற்கு அயராது உழைப்பவர்.

ஆசிரியர் லாரி பேக்கர்

லாரி பேக்கர் எனும் லாரன்ஸ் வில்ஃப்ரட் பேக்கர் ஒரு கட்டடக்கலைஞர், வரிவடிவக் கலைஞர் மற்றும் மனிதநேயவாதி ஆவார். மகாத்மா காந்தியை சந்தித்த பிறகு, அவர் கொள்கைகளால் பெரிதும் ஈர்க்கப்பட்ட லாரி பேக்கர், இந்தியாவிலேயே நிரந்தரமாக வசித்து பணிபுரிய துவங்கினார். 1970-களில் இருந்து, வளங்குன்றா மற்றும் பயன்செலவுக் கட்டடங்களை லாரி பேக்கர் கேரளாவில் கட்டி வந்தார். கேரளாவின் மறைந்த முன்னாள் முதலமைச்சரான C. அச்சுதா மேனன், பொருளாதார நிபுணரான K.N. ராஜ் மற்றும் லாரி பேக்கர் ஆகிய மூவரும் இணைந்து COSTFORD (Centre of Science and Technology for Rural Development) எனும் அமைப்பினை 1985-ல் நிறுவினர். அனைவருக்கும் வீட்டு வசதி வேண்டும் என்ற தனது கருத்தைக் கொண்டு, எளிய வீடுகள் அமைப்பதைப் பற்றி பல நூல்களை படைத்தார் லாரி பேக்கர். 2007-ஆம் ஆண்டில் மறைந்த லாரி பேக்கர், இறுதிவரை ஒரு எளிமையான வாழ்க்கையையே வாழ்ந்து வந்தார். இந்நாள் வரை லாரி பேக்கர் விட்டுச் சென்ற மரபை, செயல்முறை வழியில் COSTFORD அமைப்பும், கல்வி வழியில் LBC அமைப்பும் (Laurie Baker Centre for Habitat Studies) தலைமுறை தலைமுறையாக நிலைநாட்டி வருகின்றனர்.